வைகனைறயின் பூபாளம்

ராதா

ISBN 979-8-89067-620-7

பொருளடக்கம்

தமிழ் அன்னை

தமிழ் அன்னை அன்புடனே
தழுவிக் கொண்டாள்
தண்ணென்ற கரங்கொண்டு
தாபத்துடனே
மேகலையாம் நல்லதொரு
ஆடை அணிந்து
மணி முடியாம் சூளாமணியைத்
தலையில் தாங்கி
சிலம்பு தனை மலரடியில்
அணியாய்க் கொண்டு
சீர்மேவும் வளையல்களாம்
வளையாபதியே
காதணியாய் அழகுசெய்யும்
குண்டலகேசி
கற்போரைக் களிக்க வைக்கும்

காவியச் சோலை

திருக்குறளாம் நீதி சொல்லும்

செங்கோல் ஏந்தி

செம்மை நெறி உணர்த்தும்

சிந்தா மணியை

அழகான மார்பினிலே

அணியாய்க் கொண்டு

அக வாழ்வின் அழகுணர்த்தும்

அகம் நானூறு

புற வாழ்வின் அழகு செப்பும்

புறம் நானூறு

புத்தம் புது முத்து மாலை

எட்டுத் தொகையாம்

பள பளக்கும் வைர மாலை

பதிற்றுப் பத்து

பக்தியினைப் பறைசாற்றும்

பெருங் குணங்களாம்

திருமுருகாற்றுப் படை

திருமொழி திருவாசகம்

சந்தமிகு தமிழ் மறையும்

அணியோ உனக்கு

தித்திக்கும் தேன் சுவையாம்

ஐங்குறு நூறு

தெவிட்டாத தீஞ்சுவையாம்

பத்துப் பாட்டு

தொல் காப்பியமும்

உனக்கு ஓர் அணியோ தாயே!

அரச நெறி உணர்த்திவிடும்

அறிவுங் கொண்டு

அவள் வாயில் ஊறிட்ட

கனி ரசத்திற் கெல்லையுண்டோ?

நெடுநெல் வாடை யென்னும்

தீங்கனியின் சாறெடுத்து

நன்மை தரும் நல்லமுதம்

கலித் தொகையில் தேன் கலந்து

பதினெண் கீழ்க் கணக்கு

குறுந்தொகை யென்ற

தீங்கரும்பின் சாறு எடுத்து

களிப்புடனே கிண்ணங்களில்

நிரப்பிக் கொண்டு

குடித்திடவே எனக்கு

அவள்! ஆணை யிட்டாள்

அன்னையே! நீ தந்த

அமுதமதை அருந்திப் பார்த்தேன்

அத்தனையும் அருந்திவிட

அவாக் கொண்டேன்

அமுதமதின் சுவைதன்னை

கூறிடவோ வார்த்தை யில்லை

வருணிக்க சொல் தேடி

உன்னிடமே சரண் புகுந்தேன்

சொல் என்ற முத்தெடுக்க

உந்தன் காவியக் கடலிலே

மூழ்கி விட்டேன்

அந்தக் கடலி லிருந்து

மறுபடி மீள்வதற்கு

மனமே இல்லை

கடல் நடுவே நின்று

நான் தத்தளிக்க வில்லை

மாறாகக் களிப்புடனே

கடலில் நான் நீந்துகின்றேன்

அளவிற்கு அதிகமானால்

அமுதமும் நஞ்சாகும்

ஆன்றோர் வாக்கு

ஆனால் ...

நீ தரும் அமுதமோ

அருந்த அருந்த

சுவை கூட்டிப்

போதை யூட்டும் கவி மதுவே

(அது) அன்றோ! அதன்

சுவை தன்னை அறிந்தவர்கள்;

உன் அமுதமதனை

மறுபடியும் சுவைப்பதற்கு

தயங்கு வதில்லை

மதுரை தான் உன் தன் தாயோ?

மன்னன் பாண்டியன்

மடி தவழ்ந்த! அழகு

மங்கை நீயோ?

தளிர் நடை பயின்றவளோ?

அன்னையாய் என்னை

நீ! ஆட்கொண்டாயே

அன்புடனே மலரடி

தொழுது நின்றேன்

ஆசையுடன் ஆசியை

அளிப்பாய் நீயே.

சலனம்

ஓசையற்ற இரவில்

தூரத்து மின்னல்கள்

கண்களைக் குருடாக்கும்

தூரத்து இடிமுழக்கம்

செவிப்பறையைக் கிழிக்கும்

தூரத்தே ஏதோ ஓர்

வறண்ட பூமியை

மழை இன்று நனைத்திருக்கும்

என் பக்கத்து ஊர்கள்

என்போல் வறண்டு

வானம் பார்த்துப் பார்த்து

விடியலுக்கு ஏங்கிடும்

நிசப்த இரவில்

மனிதனோ விலங்கோ

நடக்கும் ஓசையில்

சருகுகள் நொறுங்கும் ஒலி

அரவமற்ற இரவுகளில்

மின்விசிறியின் ஒலி

பேரோசையாய் அச்சுறுத்தும்

இவ்வளவு ஓசையிலும்

நிம்மதியாய் உறங்கும்

தந்தையின் குறட்டை

தவிக்கின்ற தாய்மனது

புரள்வதில் புரியும்

கனவுக் கோட்டையைப்

பிடித்தது போல் தம்பியின்

இதழ்விரியும் சிரிப்பு

பேதை பெதும்பை மடந்தை

மங்கை யெல்லாம் கடந்து

முதிர்கன்னியின் வாயிலிலே

இளமையின் பருவங்கள்

விடைபெறும் நேரத்திலே- ஓர்

ஆணின் முரட்டு அணைப்பிற்கு

ஏங்கித்தவிக்கும் மனது
தலையணையில் முகம்பதித்து
விரகத்தை விழிநீராய்
வடிக்கையிலே தவிக்கும் உள்ளம்
காதல் அணைப்பில்
நிற்பதற்கில்லை
சாய்ந்தழத் தோள்தேடி
அவள்தரும்
சம்பள உறையை
முதல்தேதி கேட்காத
எதிர்நோக்கா மனங்கொண்ட
உண்மையான ஆண்மகன்
கைகளிலே அடங்கிட ஏங்கும்
பெண்மையின் மனது.

அரசியல் வானம்

அரசியல் வானில் சில

கொள்கை மேகக் கூட்டம்

வாக்குறுதி மின்னல்கள்

போராட்ட இடி முழக்கம்

முடிவிலே சில பிசு பிசுப்பு

மழைத் தூறல்கள்!

அதனால் திண்டாடும்

பாட்டாளி மக்கள் கூட்டம்

கையூட்டினாலே கடிதிலே

வளரத் துடிக்கும்

காரிய வாதிகள்! கடல்நீரையேக்

கயிறாக்குவதாக சவால் விட்டு

மார் தட்டும்! மனிதகுல

மாணிக்கங்கள்! எதிர்க் கட்சி

ஆளர்களைக் குற்றஞ்சாட்டியே

காலத்தைப் போக்கிடும்

அஞ்சா நெஞ்ச வீரர்கள்

வாக்குறுதி மூலமே

வாக்குகள் பெற்றிடும்

வாக்குறுதி யாளர்கள்

வானத்தை வில்லாய்

வளைத்திடும் வன்மையாளர்கள்!

மலையையும்! கயிறாய்த் திரித்து

மாண்புகள் புரிந்திடும்

மாவீரர்கள்!

சுரண்டியே பிழைக்கும்

சுரண்டல் மன்னர்கள்

பகுத்தறிவாளர்கள் போல்

பசப்பும் பகல்க் கொள்ளைக்

காரர்கள்!

பராரிபோல் நடிக்கும்

பகல் வேடக் காரர்கள்

அந்தோ! தாயகமே!

உன் குறையை!

ஆற்றுவார் யாரோ?

கடல் அலை

கடல் அலையே! நீ!

ஏதோ ஒன்றை

தொலைத்தது போல்

நித்தமும் கரைநோக்கி

ஓடி! ஓடிவருகிறாயே

நீ! தொலைத்த பொருள்

உந்தனுக்குக் கிட்டியதா?

விட்டபொருள் கிட்டியதா?

கரை தொட்டு

கரை தொட்டு

நித்தமும் தேடித் தேடி

ஏமாற்றம் நீ சுமந்து

கடல் நோக்கி மறுபடியும்

நீ தவழ்ந்து தவழ்ந்து

கடலுடன் கலக்கையிலே

மனித வாழ்வும் இப்படியா?

அடிமனதில் கேள்வி ஒன்று

எட்டாத பொருள் தேடி

கைப்பொருள் தவற விட்டு

இவ்வளவு ஓசையிலும்

நித்தமும் அலைவதே

மனித வாழ்வின் நியதியோ

தேடித் தேடியே

நித்தமும் அலைந்து

மறுபடி வாழ்க்கைக்

கடலில் மூழ்கி

தொலைந்தே போய்விடுவோம்

கரை நோக்கி

வந்து! வந்து

தேடிக் களைத்து

நீ! கடலுடன் கலப்பதுபோல்

நாங்களும் தேடலிலே

வாழ்வைத் தொலைத்து

வாழ்வென்ற கடலில்

மூழ்கியே சங்கமிப்போம்

மானிடத் தோழியே!

நான் மூழ்கும் முன்

ஒரு வினா உன்னிடத்தில்

நீங்கள் தொலைத்த

பொருள் என்ன?

நாங்கள் ....

தொலைத்து விட்டு

தேடும் பொருள்கள்

நிம்மதி

அன்பு

புன்னகை

உன்னிடம் கிடைத்தால்

என்னிடம் தாயேன்

சமத்துவப் பாடத்தை

கதிரோன் கரங்கள்

கடலைத் தழுவி

கழனிகள் தடவி

சுத்த நீரின் உயிர்களுக்கு

சுகமாய் உயிர் வழங்கி

அசுத்த நீரையும்

அன்புடன் தழுவி

அதனின் உயிர்கட்கும்

ஆதரவு தந்து

செல்வம் வறுமை

வேற்றுமை இன்றி

சாதி மதங்களென்ற

பாகு பாடின்றி

நித்தம் உயிர் வழங்கும்

ஓ! மனிதா

சமத்துவப் பாடத்தை

சூரியனிடம் படித்து விடு

மலையில் தொடங்கும்

நதி மகள் கூட

மேடு பள்ளங்கள்

மலை மடு பாராமல்

அழகாய்க் குதித்து

முள் வனம் மலர்ச் சோலை

நன் நிலம் களர்நிலம்

தரம் பிரிக்காமல்

அழகாய் நடந்து

வறுமைப் பாலையை

வளச் சோலையாக்கி

ஏழை பணக்காரன்

பாகு பாடின்றி

பரிவுடன் அவர்கள்

பாதங்கள் வருடி

கடலுடன் கலக்க

குதித் தோடுகிறாள்

உப்பு நீருடன்

உவப்புடன் சங்கமம்

ஓ! மனிதா

சமத்துவப் பாடத்தை

நதி மகளிடம் படித்துவிடு

கடலின் உப்பு நீர்

முகிலாய்ச் சங்கமம்

வான அரசனிடம்

முகில்கள் உமிழும்

மழை நீர் இங்கே

சுத்த நீராய்ப் பொழியும்

தீமையையும்

நன்மையாய் மாற்றும்

வித்தையை வானத்திடம்

படித்துவிடு

கடுங் குளிர் காலத்திலும்

கடுங் கோடை நேரத்திலும்

காவல் தவமியற்றும்

நம் படை வீரர்கள்

இனம் பார்த்தால்

அடிமைத் தடையில்

நாம் மடிந்திடுவோம்

சமத்துவ ஆடையை

சீருடன் அணிவித்து

நற் பண்புகளென்ற

நல்லணி வகைகளை

நயமுடன் சூட்டி

சுதந்திர தேவியை

சுந்தரமாய் மாற்ற

புறப்படு தோழனே

கவின்மிகும் பாரதம்

களிப்புடன் சமைத்திட

கிளம்பிடு தோழனே!

சிட்டுக் குருவியே

ஏ! சிட்டுக் குருவியே

என் சிங்காரச் சிற்பியே

தவிட்டுக் குருவியே

உலகின் தலைசிறந்த

கட்டிடக் கலைஞனே

சின்னக் குருவியே

சிறந்த பொறியாளனே

காய்ந்த புல் எடுத்து

உலர்ந்த குச்சுகளை

உவப்புடனே நீ பொறுக்கி

விந்தை மிகும்

(மாளிகையை)

உன் கூட்டை

குட்டி அலகு கொண்டு

வியக்க வைக்க

நீ வடிக்கும் நூதனத்தை

இரகசியமாய்! என்

காதருகே கூறிவிடு

ஓ! என் மானிடத் தோழியே

உன்னிடம் நின்று பேச

நேரமில்லை எந்தனுக்கு

நீ! வாழ ஒரு வீடு

வீடின்றி வீதியிலே

வாடுகின்ற மனிதனவன்

கட்டியே தந்திடுவான்

இரத்தமதை வியர்வையாய்

வடியவிட்டு வடித்திடுவான்

விந்தை மிகும் மாளிகையும்

கவின் சிந்திடும்

வீடுகளும் வாசல்களும்

உங்கள் போல்

பிறர் உழைப்பில்

வாழ்ந்திடும் பேடித்தனம்

என்றுமே எனக்கில்லை

என் வீட்டை

நானேதான் கட்டிடுவேன்

வீட்டை முடித்துவிட்டு

விண் வெளியில்

பறக்க வேண்டும்

இன்றைய உணவு நாடி

காதலன் காத்திருப்பான்

கொஞ்சி விளையாட

முட்டை யிட்டு

அடை காத்து

குஞ்சுகளின் வரவினிலே

மனம் மகிழ்ந்து

விந்தை மிகும் உலகினிலே

மகிழ்ந்தாட வேண்டும்

உன் வீட்டு வாசலிலே

மாக்கோலம் நான்

உன்கையிலே

கூறுகின்றேன் இரகசியத்தை

போய்வா! என் தோழி!

சூரியன்

விடியலிலே ஒரு தங்கத்தட்டு

விரைவாய் வருகுது பார்!

வையம் தனக்கு

வெளிச்சம் தனையே

விரைவாய் வழங்குது பார்

கீழ் வானத்தில் உதித்தக்

கதிரோன் இங்கே!

கரங்கள் விரித்தான் பார்!

குளிர்வாய்த் தோன்றிய

கதிரோன்! ஏனோ?

கொடுங்கரம் விரித்தனோ!

வெம்மைக் கரத்தால்

வாட்டிய சூரியன்

குளிர் நிலமகள் தனக்கே

முகமன் கூறி மேற்கே

மறைந்தான் பார்!

தந்தானக் கிளியே

மஞ்சக் காட்டுக் கொல்லையிலே

தந்தானக் கிளியே! நாம்

கொஞ்சி விளையாடும் போதும்

தந்தானக் கிளியே- என்

நெஞ்சினிலே ஏக்கமடி

தந்தானக் கிளியே

இஞ்சிக் காட்டினிலே

தந்தானக் கிளியே- நீ

கொஞ்சும்மொழி பேசும்போதும்

தந்தானக் கிளியே-என்

உள்ளம் துடிக்குதடி

தந்தானக் கிளியே

காட்டு நிலம் நாம் அழித்தோம்

நாடு நகரமெல்லாம்

நன்றாக நாம் சமைத்தோம்

தந்தானக் கிளியே- அந்த

நாட்டிலே நம் நிலைமை

என்ன வென்று தோணுதடி

தந்தானக் கிளியே

மேட்டு நிலம் சீரமைத்து

ஏர் பிடித்து நாம் உழுதோம்

தந்தானக் கிளியே

நீர் பாய்ச்சி விதை விதைத்து

நாற்று நட்டுக் களையெடுத்துக்

கதிர் அறுத்துக் கதிர் அடித்து

நெல் மணியை நாம்

படைத்தோம் தந்தானக் கிளியே

அது போகு மிடம்

எங்கேயடி தந்தானக் கிளியே

நம்ம பட்டுக் கோட்டையாரு

இங்கு சொல்லிவிட்டுப்

போனது போல

காடு வெளஞ் சென்ன

நமக்கு தந்தானக் கிளியே

அடி தந்தானக் கிளியே- நம்ம

கையும் காலும் தானடி

மிச்சம் தந்தானக் கிளியே

அடி தந்தானக் கிளியே

தென்றல்

தென்றலே என்னைத் தீண்டிவிடு

உன்!

தண் கரத்தால்!

வாடையே! என்னை நீ!

வாட்டிடாதே! உன்

வண் கரத்தால்!

புயலாய் நீயும் மாறாதே!

புல்லர்கள் போல்!

பொல்லாங்கு நீயும் செய்யாதே!

இனிமையாய் நீ வீசி!

இன்முகத்து மலர்களின்

இனிய மகரந்த மணம்

ஏந்தி! மெல்

இனத்துப் பாவையரின்

கருங்குழல்கள் ஊஞ்சலாட

தென்னங் கீற்றுக்கள் அசைந்து
தெம்மாங்கு பாட!
மரங்கள் சல சலக்க! தேன்
மாந்திடும்! தும்பிகள்
கானமிசைக்க! கார்காலக்
காற்றாய் நீ ஆகாமல்
வசந்தப் பூங்காற்றாய்த்
தென்றலே!
என்னைத் தொட்டுவிடு!

நாட்டரசன் கோட்டையிலே

நாட்டரசன் கோட்டையிலே

நான் படிச்ச தெம்மாங்கு

நாட்டுப்புற ஓடையிலே

நான் குடிச்ச தேன் பாகு

சோலைக்குயில் பாடயிலே

சொக்கி நிக்கும் வேளையிலே

சொக்குப் பொடி போட்ட மச்சான்

கான மயில் ஆடயிலே

கண் மயங்கி நிக்கயிலே

கன்னம் வச்ச ஆச மச்சான்

சோலக் குயில் பாட்டினிலே

சொக்கி நின்ன வேளையிலே

கொக்கி போட்ட எம்மனசு

கேள்வியொன்னு கேட்டதைய்யா

கான மயில் ஆடலுக்கும்

கானக் குயில் பாடலுக்கும்

ஈடு இங்கு ஏது உண்டு

பறவைக் கூடு போல ஒன்று

இரவு பகல் விழித்தாலும்

மனிதன் கட்ட முடியுமா?

எறும்பின் முயற்சியினை

எம் மனிதன் ஏற்றாலும்

ஏற்றமிக்க வாழ்வு உண்டு

ஆசை மச்சானே! நேச மச்சானே

இயற்கையில் ஒளிஞ்சிருக்கும்

இரகசியம் நீ உணர்ந்து கொண்டால்

உன்னத வாழ்வு உண்டு என்

ஆசை மச்சானே! நேச மச்சானே!

நிலவு மங்கை

நீல வானத்தில் நிலவு மங்கை

நீந்தி வருகிறாள்!

நிலமகளின் மீது தண்ணொளி

பரப்பித்

தவழ்ந்து வருகிறாள்!

அல்லி மகள் அழகுடனே

அலர்ந்திடவே! முல்லை

மகள் மகிழ்வுடனே

மலர்ந்திடவே! மனம் மகிழக்

குளிர்த் தென்றல் வீசிடவே

கடல்! அரசன்! ஆர்பரித்துக்

களி நடம் புரிந்திடவே

குடிசை முதல் கோபுரத்து

மக்கள் வரை! மனம்

மலர்ந்து! கும்மாளமிட

மேகச் சகோதரனுடன்

நிலாப் பெண்ணாள்

விளையாடி வருகிறாள்

தென்னஞ் சோலையிலே

தீண்டி விளையாடி

மாஞ் சோலையிலே!

மகிழ்வாய் ஒளிந்து!

கதிரவன் கொடுங்

கரம் பட்டுத் துயருற்ற

மக்கள் தண்ணிழல்

மாந்தவே வந்துவிட்டாள்

அந்த நிலா மங்கை!

நீல வானம்

நிலாமங்கை நீந்தி வரும்

நீல வானம்!

கதிரவனின் கரம்பட்ட

நீல வானம்

விண்மீன் குழுவிக் கூட்டம்

விளையாடும்

விரிந்த கூடம்!

விதியற்ற மனிதருக்கு

வீட்டுக் கூரையாகும்

விஷய முள்ள கவிஞனின்

கவிப்பொருளே! இதுவாகும்

காற்றரசன் தீண்டாத

வளி மண்டலம்!

வான வில்லாள் நடனத்திற்கு

அமைத்த நடன அரங்கம்

மேகத்தை மோதவிட்டு

மின்னலில் வேடிக்கை

பார்க்கும் ஒரு பார்வையாளன்

இடித்தே மக்களை

அதிரச் செய்யும் பயங்கரவாதி!

அது!

நிர்மலத்தைப் பிரதிபலிக்கும்

நீல வானம்.

புது வாழ்வு நோக்கி

வசந்தக் காதலனால்

வாழ்வு பெற்ற

இயற்கை அன்னை!

இளவேனிற் காலத்தில்

இன்பம் துய்த்து

முதுவேனிற் காலத்தில்

முழுதும் மலர்ந்தாள்

முன்பனிக் காலத்தில்

மூடிவிட்டாள் தன் அழகை

மனமற்ற மானிடரின்

மறச் செயல்களினால்

பின்பனிக் காலத்தே! அவள்

பிணி மனங் கொண்ட

பிள்ளைகளால் பீதியுற்று

இலையுதிர் அரக்களால்

விதவையாகி நின்றாள்

வாழ்விற்கு விடிவு நோக்கிக்

காத்திருக்கும் பாரதக்

கன்னியர் போல்! அவள்

வசந்தக் காதலன் வரவு

நோக்கிக் காத்திருந்தாள்!

பூமித்தாய்

வைகறையில் பூபாள மிசைக்கும்

இன்னிசைத் தென்றல்

பகல் நேர பிலஹரி பாடும்

பறவையின் கூட்டங்கள்

ரஞ்சனி என்று கொஞ்சியே

மஞ்ச மிட்டேன் மங்கையின் மடியிலே

மாந்தோப்பில் மனமகிழ

அழகான மாலையிலே

மாந்திட்டேன் மோகனத்தை

தென்னஞ் சோலையிலே

நான் கேட்டேன் மேகரஞ்சனியை

காடுகளின் காற்றசைவில்

நான் கேட்டேன் காப்பியை

சிந்து பைரவியாய்

சிந்து மகள் அலை ராகம்

ஆனந்த பைரவியாய்

களி நடம் புரிந்திடும்

கங்கை மகள்! காவிரித் தாயின்

கனிந்திடும் இயற்கையில்

யதுகுல காம்போதி

பூமகளின் காற்றசைவில்

அலை மோதும் அடானா

ஓசையுடன் புவி சேரும்

அருவிகளின் ஓசையிலே

சாருகேசி கேட்டேன்

மலர் மலரும் ஓசையிலே

மலஹரியைக் கேட்டேன்

கல்யாணியாய் களிநடம்

புரிந்திடும் கண் மயக்கும் வசந்தம்

காண்போரைக் காணடா என்று

களிக்க வைக்கும் மண்மகளின்

இயற்கைத் தேவியின் கானடா

உன் மனதை என் வசம் தா

என வாஞ்சையுடன் அழைத்திடும்

பூமித்தாயின் பூரிக்கும் இயற்கையில்

பாடிடும் வசந்தா

தோப்புத் தோரணங்கள்

தோற்றுவித்த தென்றலிலே

துய்த்திட்ட தோடி

அவளை நினைத்தாலே

அமிர்த வர்ஷிணியாய்

ஆனந்தம் பொங்கும் மனதிலே

கடல் அலையின் ஓசையிலே

காம்போதியைக் கேட்டேன்

மலை மகளின் மாண்பினிலே

மனமகிழும் இயற்கையிலே

மலய மாருதம் கேட்டேன்

பாகேஸ்வரி பூமித்தாயே

பணிவுடன் உன் அடி

பணிந்தேனே ... பரிவுடனே

நீலாம்பரி பாடி

மாளாத் துயர் மறந்து

என்னைத் துயில வைப்பாயே.

மண் வெட்டியின் பயணம்

மூலையில் முடங்கிக்

கிடந்த இரும்புத் துண்டு என்னை

முனைப்புடன் சீராக்க

கொல்லன் பட்டறை நோக்கி

உழவ நண்பனுடன் பயணித்தேன்

கொல்லன் உலை

கொடுந்தணலில் காய்ந்து காய்ந்து

அடிவாங்கி அடிவாங்கி

மரக்கட்டைப் பிடியுடன்

மண்வெட்டி என்று பெயர் தாங்கி

உழவப் பெருமகனின்

தோளின் மேலேறி

உவப்புடனே தொடக்கம்

என் பயணம் ....

மறு நாள் என் உழவத்

தோழனுடன் ....

மகிழ்ச்சியுடன் மறுபயணம்

வயல் வெளி நோக்கி

சேருடன் நீருமாங்கே

கலந்து ஒன்றாய்ச்

சேற்று மணம் வீசுகின்ற

வயல்களிலே

சிங்கார விளையாட்டாய்

சிரித்திடும் என் பயணம்

வரப்பு வெட்டி வயல் வெட்டி

வாய்க்கால்கள்

வனப்புடனே அமைக்கையிலே

வளமான எதிர் காலம்

வாரி வழங்கிடவே

வாஞ்சையுடன் பயணிப்பேன்

நவீன முறை கொண்டு

நீர்பாய்ச்சும் வேளையிலும்

மடை உடைத்து

மடை அடைக்க

பழமையான நானே

உன் நண்பனாய் பயணிப்பேன்

நான் விளையாடிய

வயல் வெளிகள்

மரகதப் பாயாய்

மாறிடும் வேளையிலே

என் மனமெல்லாம்

மகிழ்ச்சிப் பூக்கள்

காவிரிக் கரையில்

மரமாய் இருந்தால்

வேருக்கு யோகமடி

கவிஞர் மகிழ்ந்த

காவிரித் தாயே வற்றி

வறுமைக் கோடையிலே

வாடிடும் வேளையிலே

மனமெல்லாம் துயரம்

அந்த ஆற்று மண்ணை

வண்டியில் ஏற்ற அங்கு

நான் போகையிலே

ஆற்றொணாத் துயரம்

என் நெஞ்சை வாட்டும்

சோலை வனம் பழத் தோப்பு

மலர் வனம் மரக்காடு

மாண்புடனே அமைக்கையிலே

சிந்தை மிக மகிழ்ந்து

சீரி சிரித்திடுமே

கனிமச் செல்வங்கள்

அகழ்ந்தெடுக்கப் போகையிலே

களிப்பினிலே மனம் சிரிக்கும்

கனிமச் செல்வங்களை

அகழ்ந் தெடுத்து

அன்புடனே அளிக்கின்ற

அன்பர்களின் வாழ்வின்

அவலங்கள் கண்டு மனம்

அரற்றியே துடித்திடும் தினம்

வான் உயர்ந்த மாளிகைகள்

வியன்மிகும் சாலைகள்

அயர்வின்றிப் படைத்தளிக்கும்

அன்பர்கள் வாழ்வோ

சிதில மடைந்திட்ட

வீடு என்ற கூட்டுக்குள் தான்

அன்பனே நீ எண்ணிப்

பார்ப்பாயோ! இல்லையோ

உன் கையில் நித்தமும்

நான் பயணிக்கும் வேளையிலே

என் சிந்தனை பூராவும்

உன் வாழ்வின் அவலம் தான்

இரகசியமாய் நடக்கின்ற

இரகசியக் கொலைகளையும்

இரகசியமாய்க் குழி தோண்டி

இரகசியமாய்ப் புதைத்துவிடும்

மரங்களின் தேடலில்

பூக்கள் மலர்ந்து சிரிக்கையிலே

பூமகளும் மகிழ்ந்திடுவாள்

பாமகளும் பரவசமாய்

பாமாலை படித்திடுவாள்

நண்பனே நீ ......

பூக்கள் மலர்கையிலே

பூரிக்கும் இயற்கையிலே

பூரித்து நின்றதுண்டா?

பூமலரும் ஓசையிலே

புளகித்து நின்றதுண்டா?

நீ நின்றிருந்தால்

பூஞ்செடியைப் பிடுங்கி

பூமியிலே வீசுவாயா?

ஒருநாள் வாழ்விலே

ஒரு காவியமே படைக்கின்ற

மலர்களிடம் படித்துவிடு

மலர்ச்சி யென்றால்

என்ன என்று

வேரில் தொடங்கி

நீண்டு வளர்ந்து

கிளைவிட்டு இலை பரப்பி

உயர்ந்து வளர்கின்றது

நம் மர நண்பன்

அன்பு ஒளி அமைதி

தேடியே உயர்ந்து வளர்கிறது

மரங்களின் தேடல்

தியாகத்தின் தேடல்

உணவாய் உடையாய்

பயன்தரும் பொருள்

பலவாய் நமக்கு

பரிவுடன் தந்திடும்

மரத்தின் தேடல்

மழையாய்ப் பொழிந்து

நிலத்தடி ஈரம்

நேர்த்தியுடன் தாங்கி

நித்தமும் உதவிடும்

மர நண்பன்

ஏ! மானிட நண்பா

மரத்தை வெட்டுகையில்

அதன் தியாக உள்ளத்தை

சிறிதளவேனும் நினைப்பாயா?

வெட்ட வெட்ட

மௌனியாய் அழுது

மறுபடி துளிர்த்து

மறுபடி உதவிடும்

பொறுமையும் தியாகமும்

நீ...அறிவாயா?

ஒருகணம் நினைத்தாலே

உன்னதம் பிறக்குமே

உந்தன் வாழ்விலே

வெட்ட வெட்டத்

தளிர்த்திடும் நண்பனும்

வெறுப்பு மேலிட

பட்டே போகிறான்

பட்ட மரத்திலும்

கரி எடுக்கும் உன்

கயமையைக் கண்டு

மனம் நோகிறேன்

நிழலாய் மழைதரும் நண்பனாய்

உணவாய் உடையாய்

நித்தமும் நமக்கு உதவிடவே

நின்ற உமது மரநண்பன்

நசித்துப் போனபின்

வானம் பார்த்துப் பார்த்து

விசும்பின் துளிக்கு

ஆகாயம் நோக்கி

அதன் கொடைக்கு

அன்றாடம் ஏங்குகையில்

மரத்தின் பயனை

அறிந்து கொள்

மரத்தின் தியாகத்தை

உணர்ந்து கொள்...

மரத்தின் பயனை

அறிந்து கொள்

மரத்தின் தியாகத்தை

உணர்ந்து கொள்...

மழை

வானிலிருந்து ஒரு கம்பிச்சரம்
அது!
வையத்து மக்களின்
காக்கும் கரம்!
அளவுடன் இருந்திட்டால்
அது! அமிர்த வெள்ளம்!
அதிகமே ஆகிவிட்டால்! அது
துன்ப வெள்ளம்! இல்லாமற்
போனாலோ வறட்சிக்காடு
அதன் முகம் கண்டாலோ
உலகமே! பசுமைக்கோலம்
பயிர்களில் பச்சையைக் காத்திடும்
காவலன்!
பட்டுப் போகாமலே! உலகினைக்
காத்திடும் கோமகன்

கொடை வள்ளல்! என்று அவனைப்
போற்றுவாரு முண்டு
கொலை காரன் என்று அவனைத்
தூற்று வாருமுண்டு!
கருணைக்கும் அவனையே
எடுத்துக் காட்டுவாருமுண்டு
வாழ்த்தையும்! தாழ்த்தையும்
ஒன்றாக ஏற்றே நம்மை
வாழ்ந்திடச் செய்யும்
மழை அரசன்!

இதோ ஒரு விடியல்

வைகறை விடியலின்

வானக் கதிரவன்

வாயிலில் தெளித்தான்

வெளிச்சப் பூக்களை

இருண்ட குடிசையில்

குன்றிய மனங்களின்

துக்கச் சுமைகள்

உறங்கா இரவுகள் தந்த

அசதியில் சுமையாய்க்

கனத்திடும் கண் இமைகள்

ஊருக் கெல்லாம்

உணவு தந்து

உயிர் வழங்கும்

உழவன் வயிறு

உணவின்றிக் காய்ந்தது

காலிப் பானைகள் கயிற்றில் ஆடிட

காவிரித் தாயவள்

காய்ந்தும் வயிற்றுக்குத்

தண்மை தந்திட

கலப்பைகள் தோள்களில் ஏற

கழனியை நோக்கிப்

புனிதப் பயணம்

பயணிக்கும் கால்களில்

பித்த வெடிப்புகள்

ஊருக்கு உணவிடும் ஓர்

உழவப் பெருமகனின்

புனிதப் பயணம்

பயணம் முடித்து

வந்திடும் வேளையில்

இருண்ட குடிசைகள்

வரவேற்பு நிகழ்த்தும்

கஞ்சிக் கலயங்கள்

துடிக்கும் வயிற்றினை

தாபத்துடன் தழுவும்

ஓட்டைக் குடிசையின் ஊடே

வெளிச்சப் புள்ளிகளை

வாரி இறைத்து விடி

விளக்காகும் நிலவு மங்கை

காத்திருக்கிறது கண்கள்

மற்றுமோர் துன்ப

விடியல் காண

மலரும் முன்பே

இவைகள்

மலரும் முன்பே

கருக்கப்பட்ட மொட்டுக்கள்

இவைகள்

பழுக்கும் முன்பே

வெம்பி வீழும்

பிஞ்சுகள்

தீப்பெட்டியின் உரசல்களில்

கருகிடும் மலர்கள்

தீபத் திருநாள்

தீபங்களின் வரிசைகளின் நடுவே

ஏதோ ஒரு வீட்டின்

குடும்ப விளக்கு

மெழுகு வர்த்தியாய்

உருகிடும் அவலம்

பூவாய்ச் சொரியும்

பூத்திரிகள்

மலர் தோரணம் போட்டிடும்

மத்தாப்புக்கள்

பூப்பந்தல் போட்டிடும்

புதை வாணங்கள்

கருகிடும் பூக்களின்

கட்டியம் கூறுமே

வெளியே கேட்டது

ஆனை வெடியின் ஒலி - என்

நெஞ்சில் கேட்டது

அதை உருவாக்கிய

சிற்பிகளின் பழுது பட்ட

நுரையீரல் இதயங்களின்

முனகல் ஒலி

தமிழ் மகளே நீ வாழி

சித்திரைத் திருமகளே

சிரிக்கின்ற மென்மலரே.

பத்தரை மாற்றுத்தங்கம்

பசும் பொன்னே தமிழ்மகளே

வைகாசி வசந்தத்திலே

வளர்ந்திட்ட பொன்மகளே.

தென்காசித் தென்றலிலே

தளிர் நடைபயின்ற தமிழ்மகளே

ஆநீ என்றே

ஆன்றோர்கள் மகிழ்ந்திடவே

ஆடியே வந்திட்ட

ஆரணங்கே நீ வாழி

ஆவணியில் சூல் கொண்டு

புரட்டாசிக் கொலுவிருந்து

ஐப்பசியில் நதிமகளும்

நீராடை அணிந்திடுவாள்

சேருடன் நீருமங்கே

கலந்து ஒன்றாய்ச்

சேற்று மணம் வீசுகின்ற

கழனியெல்லாம் மரகதமாய்ப்

பாய் விரிக்கும் நெற்பயிர்களால்

மாந்தர்களின் வாழ்வெல்லாம்

கார்த்திகைத் தீபமென

கவின் ஒளியும் பெற்றிடவே

கருணை மேகமென

கவிஞர்கள் புகழ்ந்திடவே

கார்மகளாய் வந்திட்டக்

காரிகையே நீ வாழி

மார்கழிப் பனி மகளே - உன்

மந்தகாசப் புன்னகையாய்

மரகதப் புல்லின் துளி

வைரமாய் பளபளக்கும்

மனிதர்க்கு உயிர்வழங்கும்

கழனிக் கரைகளெல்லாம்.

களிநடம் புரிந்திடவே

கழனியின் புதல்வர்களும்

களிப்பினில் ஆழ்ந்திடவே

தைமகளாய் வந்திடுவாய்

தமிழ்மகளே நீ வாழி

மனதின் மாசுகள் அழிந்ததென்று

மாசின்றி ஒலித்திடுவாய்

மாசிலா மணியே

நீ வாழி உங்கள் இன்ப

வாழ்வின் ஒளி நான் என்று

ஒளிர்ந்திடுவாய் எங்கள் வாழ்வின்

பங்கு நீயாக வந்திடுவாய்

பொன்மகளே தமிழ்மகளே நீ வாழி

எப்படி மாற்றினாய்

வான அரசனைத்

தழுவிக் கொண்டது

மேகப் போர்வை

நிலவு மங்கையோ

சோகம் மேலிட

ஓடி ஒளிந்தாள்

நிலவுத் தோழியைத்

தேடி ஓடினர்

நட்சத்திரத் தோழிகள்

எதிரே தெரிந்த

ஏழைக் குடிசைகளில்

மினுக் மினுக்கென

கண் சிமிட்டும்

மின் மினியாய்

விடி விளக்குகள்

அன்ப!

அழைப்பு வரவே

திருப்பிட்டேன் முகத்தை

வான அரசனுக்கு

மேகப் போர்வையை

எத்தனையோ கவிகள்

போர்த்தி விட்டனர்

நிலவு மங்கை

நட்சத்திரத் தோழிகள்

கேட்டுக் கேட்டு

அலுத்து விட்டேன்

உன் முன்னே தெரியும்

மீனவர் குடிசையில்

வயிறுகள் காய்கிறது

எரி தழலென

உனக்குச் சுகமளிக்கும்

உனது மழை நண்பன்

அவனுக்கு உறவென்ன

கேட்டுப் பார் புரியும்
சுகவாழ்வு மட்டும்
சாதனைகள் அல்ல
கற்பனை உலகு விட்டு
வெளியில் வந்து பார்
உலகம் புரியும் உனக்கு
நிலவை நீ தேடித்தான்
பிடித்து வர வேண்டும் என்பதில்லை
அவளே வந்து விடுவாள்
நட்சத்திரங்களை
எண்ணி விட முடியுமா?
உன் வாழ்நாள் முழுவதும்
தேவை அதற்கு
அதை விட்டு வீணிலே
கழியும் நாட்களை எண்ணு
பிறப்பதும் இறப்பதும்
இயற்கையின் நியதி
இடைப்பட்டக் காலத்தை

எப்படி மாற்றினாய்

என்பதே கேள்வி?

நீ! சாதித்தது என்ன?

சிந்தித்துப் பார்

சில கணங்கள்

சாதனைக் கூடமாக

மாறட்டும் உன் வாழ்வு

வேதனைப் பாலையாய்

வீணாகப் போகாதே

வரந்தரும் வாழ்வினையே

சோலைவன மாக்கிக்கொள்

புதுமைக் கவிக்கோவில்

நீ படைத்தால்

மா! கவி நீ ஆகலாம்

நற்குணக் களஞ்சியமாய்

நீ! மாறி விட்டால்

நனி சிறந்த பாரதம்

உன் கண்களில் தெரியும்

காலங் காலமாய்க்

கெட்டியாகப் பிடித்திருக்கும்

மூடக் கொள்கை விட்டு

வெளியில் வா

புதுமைப் பேரொளியை

மனதில் ஏற்று

உயர்ந்த மனிதன்

நீ! ஆகலாம்

தமிழ்த் தாய் என் மனமும்

சாதனை செய்தான்

என் மகன்! என் மகன்!

என்றே

தட்டாமாலை சுற்றட்டும்

உறுதியுடன் எழுந்திடுவாய்

வீரத் திருமகனே

வெற்றி வாகை சூடிவர

வாழ்த்தி வரமளிக்கிறேன்

வீரத்தின் சிறுத்தையே வெளியில் வா

ஏங்கித் தவிக்கிது ஏழைகள் வாழ்வு

புலம்பித் துடிக்குது புண்ணின் நெஞ்சங்கள்

உறங்கிக் கிடக்குது ஊமை மனங்கள்

பொங்கியே புதுப்புனல் உணர்வு விழித்திட

வீரத்தின் சிறுத்தையே வெளியில் வா

உரமிட்டு நம் வாழ்வைச் செப்பனிட

மறத்தின் வாழ்வு மலர்ந்து சிரித்திட

அறத்தினில் அமைதி பூத்துக் குலுங்கிட

அன்பென்ற அருவியில் ஆடிக் களித்திட

பண்பென்ற சிகரத்தில் ஏறி அமர்ந்திட

வீரத்தின் சிறுத்தையே வெளியில் வா

உரமிட்டு நம் வாழ்வைச் செப்பனிட

இன்பமும் துன்பமும் உந்தன் கைகளில்

பண்பும் பணிவும் உந்தன் நெஞ்சினில்

வாழ்வதும் வீழ்வதும் உந்தன் செயல்களால்
தாழ்வதும் உயர்வதும் உந்தன் மனத்தினால்
வீரத்தின் சிறுத்தையே வெளியில் வா
உரமிட்டு நம் வாழ்வைச் செப்பனிட

உறக்கத்தில் இங்கே வீழ்ச்சியே மிஞ்சும்
ஆக்கத் திலிங்கே ஆயிரம் விளையும்
ஊக்கத்திலே நனி உன்னதம் பிறக்கும்
தாயாகி நம்மைக் காப்பாள் தமிழன்னை
சேயாகி அவளது மலரடி பணிந்து
வீரத்தின் சிறுத்தையே எழுந்து வா
உரமிட்டு வாழ்வைச் செப்பனிட!

எழில்கள் எங்கே?

ஆற்றிலே துள்ளுமெழில் மீனே

சேற்றுமணம் எங்களிடம் கூறு

மலரிலே உறவாடும் மகரந்தமே

அலர்கதிர் ஞாயிறின் அழகு கூறு

ரீங்கரிக்கும் தும்பியே கொஞ்சம் நில்லு

எங்கள் அன்னை மொழியின் அழகு
சொல்லு

வானத்து வெண்ணிலவே வந்தனம்
சொன்னேன்

வையத்து மனிதருக்கு வாழ்த்துக் கூறு

கழனிக் கரையோரம் நடமிடும் அன்னமே

உழவன் உயர்வினையே நீயே கூறு

துள்ளி விளையாடி வரும் நதிமகளே

அள்ளித் தந்திடும் அன்னை நீயே

விண்ணுயர வளர்ந்து நிற்கும் மலையரசே

மண்ணின் மைந்தர் மனம் என்றுயரும்

அலைக்கரம் நீட்டி அழைக்கின்ற கடலே

வளைக்கரம் கொண்டே அணைத்திட ஆசை

பிறர்நலம் பேணிடும் மழை நண்பா

சுயநல மேயில்லா மனித ருண்டா?

வானவில்லின் வண்ண மேழிலே

ஆனந்தமாய் உள்ளம் ஆர்பரித்ததே

ஆற்றுப் படுகையின் மரகதப் புல்லே

நாற்று நட்ட வயலழகை நீயே கூறு

தெம்மாங் கிசைத்திடும் இளந்தென்றலே

எம் மொழியின் இளம் அழகு நீ
கூறிடுவாயே

தென்னஞ் சோலையிளங் கீற்றுக்களே

நன்னெஞ்ச மனிதர்களின் பசுமை மனம்

முள்ளிலே மலர்ந்திட்ட அழகு ரோஜா

உள்ளத்தில் விதைத்திடுவோய் மென்மை
விதை

தலையிலே குடமேந்தும் பெண்மையிலே

கலை நாட்டியத்தை நீபயின்ற நேரமெது?

கொத்தான நெல்மணியின் அழகு பாரு -
உழவன்

முத்தாகச் சிந்திட்ட வியர்வையின்
விலையே

இசையுடன் விழுந்திடும் அழகு அருவியே

இசைமிக்க என்மொழியின் அழகு கூறு

பூவிரியும் சோலையிளங் குயில்கள்

கூவி அழைத்திடுமே மென் குரலில்

மலை முகட்டின் பனிச் சிகரம்

இலை நுனியின் வைரப் பனித்துளி

அலைகடலில் எழுகின்ற அருணன்

சோலையிலே கூவுமிளம் பறவைகள்

இருள் பிரிகின்ற வெண் காலைப் பொழுது

அருணன் மறைகின்ற பொன்மாலை நேரம்

தாமரை மலர்ந்திட்ட அழகுத் தடாகம்

தா மரை துள்ளிடும் எழிற் காடு

நீல வானின் எழிற் கோலம்

கோலமிடும் அழகிள மங்கை

இயற்கை அன்னையே உன்னழகு கண்டு

வியந்துதான் நின்றிட்டேன் பேதை நானே!

மஞ்சள் காட்டினிலே

மஞ்சள் காட்டினிலே

கொஞ்சி விளையாடவே

ஆசை தோன்றுதடி அஞ்சுகமே

கொஞ்சும் மொழி பேசும்

உன் கோவை யிதழ்

மஞ்சள் பூசி வந்த

உன் மதி வதனம்

செஞ்சாந்து பொட்டு வைத்த

உன் பிறை நுதலும்

நெஞ்சை அள்ளுதடி அஞ்சுகமே

கொஞ்சும் மொழி பேசும்

உந்தன் வெள்ளிக் கொலுசின் சத்தம்

கிள்ளைத் தமிழாய் நெஞ்சை

அள்ளிச் சென்றதடி அஞ்சுகமே - நீ

கொஞ்சி விளையாடவே

நெஞ்சினிலே மஞ்சமிட்டேன்

அஞ்சுகமே! ஆசை அஞ்சுகமே!

பாரதி ....யார்

பாரதி ....யார்

பாவினால் அழகு செய்த

பாவலன் அவன்!

பாரதத்தில் கொள்கை

ஒளி ஏற்றிய விடிவெள்ளி

வெள்ளிப் பனிமலை மீது உலாவி

மேலைக் கடலில் தோணி விட்ட

வீர இளைஞன்!

ஆயுதமும்! காகிதமும்! செய்து

இரும்பினையும் உருக்கிட்ட

ஒரு தொழில் அதிபர்

நோய் முதல் அறுத்த

ஒரு!

தேர்ந்த மருத்துவன்

கண்ணனைக் காவலனாய்ப்

பெற்ற கவிக் கருவூலம்
அவனையே!
ஏவலனாக்கும் ஒரு முதலாளி
அமைச்ச னாக்கி ஆட்சி செய்த
அரசன்!
தெய்வமாய் ஆக்கித் தொழுத
ஒரு பக்தன்!
கண்ணனைப் பெண்பாலாக்கி
கண்ணம் மாவைக்காதலி
ஆக்கிக் கொண்ட
அன்புக் காதலன்
புதுமைப் பெண் படைத்த
புரவலன்!
தாய் நாட்டினையும் தாய்
மொழியினையும்
தாபத்துடன் பாடிய தமிழ்த்
தாயின் தவப் புதல்வன்
மனம் வெளுக்க வழி

இல்லையே என

மருகிய மாவீரன்

கடவுளிடம் கனிந்துருகி

கொடுமை யாளர்களிடம்

கொதித்து எழுந்து

மனிதர்கள் முதல்

மாக்கள் வரை

பறவைகள் முதல்

பரிமளிக்கும் இயற்கை வரை

பாட்டிலே தீண்டிய

பாவேந்தன்!

புல்லர்களிடம் பாவிலே

போரிட்ட புரட்சிக் கனலே

ஆனந்த சுதந்திரம் என்று

ஆடிப் பாடி தீர்க்க தரிசனங்

கண்டாயே! உன்

ஆனந்தக் கனவு நினைவானது

சுதந்திர தேவி! இந்தியத் தாயைச்

சுந்தரமாய்த் தழுவிக் கொண்டாள்

ஆனால் நீ! சொன்னாயே! அந்த

ஆனந்தம் இன்று

அறவே இல்லை இங்கு

நள்ளிரவில் வந்ததனால் இன்னும்

நாடு விடிய வில்லையோ?

உன் செந்நாவினாலே

அன்புடனே! செந்தமிழாலே

ஆனந்தம் பெற எங்களை

வாழ்த்திடுவாய்! உன் நூற்றண்டிலே!

அழகு எங்கே?

ஆற்று மணல் வெளியினிலே

அழகான வீடுகட்டி

சேற்று மணம் வீசுகின்ற வயல்களிலே

சிங்கார மாலையிலே

மண்ணிலே கால்பதிய

மனதிலே மகிழ்ச்சி பொங்க

உன்னுடன் கைகோர்த்து

நடை பயில்வதழகு

மரகதமாய்ப் பாய் விரிக்கும்

பசும்புல் மெத்தையிலே

இரவெல்லாம் கண் விழித்துக்

கவிபாடிக் களிப்பதழகு

ஊரெல்லாம் உயிர் வழங்கும்

உழவர் நன் மக்களெல்லாம்

ஏர் பிடித்து உழுகின்ற எழிற்கோலம்

எந்நாளும் பார்த்திடவே தூண்டுமழகு

மஞ்சள் பூசி வந்த மதிவதனத்தில்

சிங்காரப் பொட்டுமிட்டு

இஞ்சி இடுப்பினையே

வில்லாக தான் வளைத்து

எழில் கொஞ்சும் வயல்களிலே

நாற்று நடும் பெண்மை அழகு

அழகிள மங்கையவள் தன்

அன்பின் தலைவனுக்கு

கஞ்சிக் கலயமேந்தி வரப்பிலே

கால்பதித்து வருதல் அழகு

பொன்னிறமாய் நெல்மணிகள்

பூரிப்புடன் இருப்ப தழகு

பொன்னியவள் நுரைகளுடன்

பேரிசையாய் வருதல் அழகு

விண்ணுயர உயர்ந்து நிற்கும்

வியன்மிக்க மலையழகு - அதனின்

கண்ணிற்குக் குளுமை தரும்

கவின்மிகும் பசுமை அழகு

அள்ளித் தருகின்ற அன்னையென

அடர்ந்து வளர்ந்திருக்கும் காடுகள்
என்றுமழகு

துள்ளல் ஓசையிலே அழகுத் தமிழிலே

துடிப்புடனே கவிபாடி

அலைக்கரம் நீட்டியே

ஆசையுடன் அழைத்திடும்

நீலக்கடல் என்று மழகு

நில மடந்தை என்று மழகு

விண்ணழகு மண்ணழகு

விண்மீன்கள் கூட்டமழகு

வண்ணங்களை அள்ளிச் சொரியும்

வானவில் என்று மழகு

மழையழகு வெண் ணிலவழகு

மகரந்த மணம் வீசும் பூக்கள்ளழகு

அழகின் பசுஞ் சோலைகளழகு

காலைச் சூரியன் என்று மழகு

மஞ்சள் வானச் சூரியன் அழகு

மாலைத் தென்றல் அழகு

நீலவானின் பறவை யழகு

நீரோடை யழகு

நன்னெஞ்சம் என்று மழகு

சோலையில் கூவும் குயில் களழகு

சோர்வின்றி வாழ்தலழகு

கோலத்தின் கலைகளழகு

கவிஞன் பாடுகின்ற கற்பனைக் கவியழகு

ஓசையுடன் புவிசேரும் அருவிகளழகு

இசைமிக்க என்தமிழோ என்று மழகு!

மின்மினி

சுதந்திர வேள்வியின்

குருதிப் புனல்கள்

வன்முறைத் தீயின்

இரத்த ஆறுகள்

கதறித் துடித்தது

தாயவள் நெஞ்சம்

கண் சிமிட்டும்

மின் மினியாய்

தூரத்தே! மின்னி வந்தது

அன்பின்! பண்பின்

புனித பாரதம்

அகிலத்தின் பசி தீர்க்கும்

அகிலத்தின் பசி தீர்க்கும் அன்னையே

ஆன்றோர்கள் தவத்தின் அரும்பயன் நீயே

இல்லறத்தின் நல்லறம் நீயே

ஈகைக் குணத்தின் பிறப்பிடம் நீயே

உயர்ந்தோர் உள்ளம் அமர்ந்தவள் நீயே

ஊக்கத்திலே நல் ஊக்கமும் நீயே

எங்கும் நிறைந்த பரம்பொருள் நீயே

ஏழேழ் பிறவிக்கும் தஞ்சம் நீயே

ஐயங்கள் நீக்கும் அன்னையும் நீயே

ஒளியாய் வெளியாய் இருப்பவள் நீயே

ஓதுவார் நெஞ்சில் கோயில் கொண்டாயே

ஔடதப் பொருளே அன்னையே போற்றி

அஃகியப் பொருளே அபயம் நீயே!